Spanisch lernen – praxisnah und einfach
Fließend Spanisch sprechen lernen für Anfänger!

ISBN: 978-9403680293

1. Auflage 2021

Lektorat: Rocío Martínez Torres (Leiterin der Sprachschule „Funcarele“ in Cartegana), Luis Martínez de Fancisco

Audioinhalte: Claudia García Pérez, Lena Herrera Ortiz, Jorge García Pérez, Pedro García Cánovas

Marketing und Coverdesign: Anton Scharton

AES Verlag
Anton Scharton
Saint-Claude-Str. 83/1
72108 Rottenburg

Alle unsere Bücher findest du hier:
www.aesverlag.de/spanisch

Bei Fragen oder Schwierigkeiten kontaktiere uns gerne per E-Mail:

team@aesverlag.de

Folge uns auf Instagram, um täglich dein Spanisch zu verbessern:
@spanischerfolg

SPANISCH LERNEN

FLIESSEND SPANISCH SPRECHEN LERNEN FÜR ANFÄNGER!

» **Einfache Grammatikerklärungen** (Satzbau, Zeiten, Deklination und vieles mehr), damit du dir ein solides Sprachfundament aufbaust.

» **Übungen mit Lösungen** zu jedem Kapitel, damit du dir die Inhalte schnell und einfach verinnerlichst.

» **Vokabellisten und Phrasen** zu unterschiedlichen Themengebieten (Alltag, Reisen, Einkaufen...), damit du dich problemlos und sicher unterhalten kannst.

» **Kurzgeschichten und Dialoge**, damit du die Sprache praxisnah und anschaulich erlernst und so ein natürliches Sprachgefühl entwickelst.

» **Audioinhalte** zu jedem Kapitel, damit du dein Hörverständnis und die Aussprache zuhause oder unterwegs üben kannst und dadurch akzentfrei sprechen lernst.

» **Lernapp für das Smartphone**, damit du dein Spanisch spielerisch verbessern kannst – auch unterwegs und in den Pausen!

» **Viele abwechslungsreiche und nützliche Extras** ("Falsche" und "Wahre“ Freunde, Lernmethoden, Tipps und Tricks, Verbtabellen, Übersicht der Zeiten...), damit du erfolgreich Spanisch lernst!

SUSANNE PULVERMÜLLER

DENEN ZUM
TROST, DIE SICH IN
IHRER GEGENWART
NICHT FINDEN
KÖNNEN

Wer sagt, dass meine Gedichte Gedichte seien?
Meine Gedichte sind gar keine Gedichte.
Wenn du verstanden hast,
dass meine Gedichte keine Gedichte sind,
dann können wir uns hinsetzen und
über Dichtung sprechen.

RYOKAN TAIGU (1758–1831)

Die Übersetzung dieses Buches wurde finanziell gefördert durch:

Icelandic
LITERATURE
CENTER
MIÐSTÖÐ ÍSLENSKRA BÓKMENNTA

TIL HUGHREYSTINGAR ÞEIM SEM FINNA SIG EKKI Í SAMTÍMA SÍNUM
DENEN ZUM TROST, DIE SICH IN IHRER GEGENWART NICHT FINDEN KÖNNEN

Umschlaggestaltung und Layout: Ragnar Helgi Ólafsson
Druck: Sena Ofset / Istanbul
Die Erstausgabe des Originals erfolgte 2015 bei Bjartur, Reykjavík, Island
ISBN 978-3-946989-02-8

RAGNAR HELGI ÓLAFSSON

DENEN ZUM TROST, DIE SICH IN IHRER GEGENWART NICHT FINDEN KÖNNEN

Lieder und Texte

TIL HUGHREYSTINGAR ÞEIM SEM FINNA SIG EKKI Í SAMTÍMA SÍNUM

Lög og textar

Aus dem Isländischen
übertragen von
Jón Thor Gíslason
und Wolfgang Schiffer

ELIF VERLAG
ERSTE AUFLAGE
OKTOBER MMXVII

BROT I–III

I. Kassi
Ekki hugsa um það sem er innan kassans
Ekki hugsa út fyrir kassann
Hvorki hugsa út fyrir né innan
Ekki hugsa
Ekki
Og alls ekki hugsa um kassa

II. Lyf
Þegar sóttin er hörðust
býður okkur við meðalinu
og fyrirlítum lækninn
af líkamlegri heift

III. Hroki og auðmýkt
Ef það heppnast
mistekst það.
Ef það misheppnast
tekst það.

FRAGMENT I–III

I. Eine Kiste
Nicht an das was in der Kiste drin ist denken
Nicht denken was außerhalb der Kiste ist
Weder außen noch innen denken
Nicht denken
Nicht
Und keinesfalls an eine Kiste denken

II. Arznei
Wenn das Fieber am stärksten ist,
ekeln wir uns vor der Medizin
und verachten den Arzt
mit körperlicher Heftigkeit

III. Arroganz und Demut
Wenn es glückt,
misslingt es.
Wenn es missglückt,
gelingt es.

SKRÝTIÐ (BÆÐI / OG)

Ég lá við hlið þér og horfði á þig sofa.
Svo lauk ég aftur augunum
en sá þig ennþá í gegnum augnlokin.
Þú varst með opin augu.

SELTSAM (SOWOHL / ALS AUCH)

Ich lag neben dir und sah dich schlafen.
Dann schloss ich die Augen,
sah dich jedoch noch durch die Augenlider.
Deine Augen waren geöffnet.

MUO24

Mig grunar að þetta sé einkanúmer. Og ekki bara það heldur eitt það besta sinnar tegundar. Það er líka örugglega svar við einhverri þekktri zen-gátu þótt ég komi henni ekki fyrir mig í svipinn. Ég er búinn að snúa þessu fram og aftur í huga mér. Í augnablikinu er tilgáta mín sú að þetta einkanúmer sé byggt á einkamáli (sem væri þá í leiðinni afsönnun á kenningum Wittgensteins um það efni). Engan grunar að þetta sé einkanúmer; það er snilldin; það er alveg einkalegt; bara fyrir einhvern einn; alveg þangað til hann deyr eða gleymir því, þá verður það ennþá einkalegt en bara fyrir engan. MU024 er hið fullkomna einkanúmer.

MUO24

Ich vermute, es ist ein privates Kennzeichen. Und nicht nur das, sondern eines der Besten seiner Art. Mit Sicherheit ist es auch eine Antwort auf irgendein Zen-Rätsel, obwohl ich gerade nicht darauf komme, welches es ist. Ich habe mir bereits den Kopf darüber zermartert. Im Augenblick gehe ich von der Hypothese aus, dass dieses private Kennzeichen auf einer Privatsprache basiert (was allerdings sogleich Wittgensteins Theorien dies betreffend widerlegen würde). Keiner ahnt, dass dies ein privates Kennzeichen ist; das ist das Geniale, es ist ganz und gar privat; nur für einen einzigen; ganz und gar, bis er stirbt oder es vergisst, dann bleibt es immer noch privat, aber ausschließlich für keinen. MUO24 ist die vollkommene Privatnummer.

TIL HUGHREYSTINGAR ÞEIM SEM FINNA SIG EKKI Í SAMTÍMA SÍNUM

(eða: *Í framtíðinni #3*)

Í framtíðinni
þegar tímaferðalög verða möguleg:

Fólk fer ennþá á barinn
en skreppur svo aftur í tímann til að fá sér rettu.

Flestir munu hafa atvinnu og búfestu í sinni nútið
en ferðast í tíma í frítíma sínum.

Í framtíðinni
mun það koma fyrir
– sum kvöld –
að þar verður enginn.

DENEN ZUM TROST, DIE SICH IN IHRER GEGENWART NICHT FINDEN KÖNNEN
(oder: *In der Zukunft #3*)

In der Zukunft,
wenn Zeitreisen möglich sein werden:

Die Leute gehen immer noch in die Bar,
sind dann aber kurz mal weg in der Vergangenheit,
um sich eine Kippe anzustecken.

Die meisten werden in ihrer Gegenwart einen Beruf
und einen festen Wohnsitz haben,
aber während ihrer Freizeit reisen sie durch die Zeit.

In der Zukunft
wird es vorkommen
– an manchen Abenden –
dass keiner da ist.

VÖGGUVÍSA I
(fyrir Unu)

Elsku barn. Næst þegar þú stendur úti í heiminum skaltu veita því athygli hvernig grasið nuddar á þér iljarnar, hvernig skýin lækka flugið til að strjúkast við kinnina þína og hvernig fjöllin þenja út hlíðarnar til að halda um lófa þinn. Það tók milljón ár að koma þessu í kring en hann telur það ekki eftir sér því nákvæmlega svona mikið er heimurinn glaður að hafa þig í sér.

WIEGENLIED I

(für Una)

Liebes Kind. Das nächste Mal, wenn du draußen
in der Welt stehst, achte darauf, wie das Gras deine
Fußsohlen kitzelt, wie die Wolken den Flug senken,
um deine Wangen zu streicheln, und wie die Berge
die Hänge bauschen, um deine Hand zu halten. Es
hat Millionen von Jahren gedauert, dies zustande zu
bringen, aber die Welt macht nicht viel Aufhebens
davon, weil sie schon darüber, dich in sich zu haben,
so überglücklich ist.

EKKERT PÓSTKORT ENN

Vinkona mín er í Bútan, með allt mitt sparifé. Hugmyndin er að hún kaupi, fyrir okkar beggja hönd, kofa í afskekktum dal. Þetta er timburkofi með blikkþaki. Hann stendur í miðri fjallshlíð sem vaxin er djúpgrænu mittisháu kjarri. Ef maður stendur upp sér maður vel til allra átta en ef maður leggst niður hverfur maður.

Í rökum skugganum undir óhefluðum fjölunum í veröndinni heyri ég bjöllurnar skríða yfir rotnandi laufblöð. Þær eru blásvartar og gljáandi. Í dalbotninum er á, enginn vegur. Vinkona mín og ég munum aldrei vera í kofanum á sama tíma því kofinn rúmar einungis eitthvað eitt: Einn mann; eina konu; eitt eitthvað.

Vinkona mín og ég ætlum að kaupa lítinn timburkofa í Bútan. Hann er með blikkþaki og stendur í miðri fjallshlíð sem vaxin er djúpgrænu mittisháu kjarri. Vinkona mín er í Bútan, með allt mitt sparifé.

NOCH KEINE POSTKARTE

Meine Freundin ist in Butan, mit all meinem Ersparten. Die Idee ist, dass sie in unser beider Namen in einem abgelegenen Tal eine Hütte kauft. Es ist eine Holzhütte mit Blechdach. Sie steht mitten auf einem Berghang, der mit tiefgrünem, hüfthohem Buschwerk bewachsen ist. Wenn man steht, kann man in jede Himmelsrichtung blicken, doch wenn man sich hinlegt, verschwindet man.

Im feuchten Schatten unter den rohen Brettern der Veranda höre ich die Käfer über verfaulende Laubblätter krabbeln. Sie sind blauschwarz und glänzend. Unten im Tal ist ein Bach, aber kein Weg. Meine Freundin und ich werden nie zur selben Zeit in der Hütte sein, denn die Hütte fasst nur etwas, das allein ist: Einen Mann; eine Frau; ein etwas.

Meine Freundin und ich wollen eine Holzhütte in Butan kaufen. Sie hat ein Dach aus Blech und steht mitten auf einem Berghang, der mit tiefgrünem, hüfthohem Buschwerk bewachsen ist. Meine Freundin ist in Butan, mit all meinem Ersparten.

MUNURINN Á VEGI OG HRINGVEGI

réttsælis / rangsælis (m.v. hægri umferð)

hugsanir mínar eru eins og íslensk vegamynd hvora áttina sem ég vel hvorn hringinn sem ég fer þá enda ég þar sem ég byrjaði því

því hugsanir mínar eru eins og íslensk vegamynd hvorn hringinn sem ég fer þá enda ég þar sem ég byrjaði

DER UNTERSCHIED ZWISCHEN EINER STRASSE UND EINER RINGSTRASSE*

im Uhrzeigersinn / gegen den Uhrzeigersinn
(i.v.z. Rechtsverkehr)

denn meine Gedanken sind wie ein isländisches Roadmovie welche Richtung ich auch wähle, welchen Ring ich auch nehme, ich ende da, wo ich angefangen habe,

denn meine Gedanken sind wie ein isländisches Roadmovie welchen Ring ich auch nehme, ich ende da, wo ich angefangen habe,

* Die Hauptverkehrsader Islands ist die sogenannte Ringstraße; sie führt um die gesamte Insel – oder wie die Einheimischen sagen, um das gesamte Land.

TILBRIGÐI:
OPINN HUGUR

Það virðist ekki skipta máli þótt ég hefjist handa með góða yfirsýn og opinn hug, fyrr en varir er ég búinn að tapa mér í einhverju smáatriðinu, eða væri nákvæmara að segja „farinn að einblína á eina hlið viðfangsefnisins (er rétt að tala um hliðar á viðfangsefni? [illegible]

VARIATION: AUFGESCHLOSSENER SINN

Es scheint keinen Unterschied zu machen, auch wenn ich mit Übersicht und Aufgeschlossenheit an etwas herangehe, ehe ich mich versehe, habe ich mich in irgendwelchen Kleinigkeiten verloren, oder wäre es präziser zu sagen, „habe ich angefangen, auf eine Seite des Problems fixiert zu sein (ist es bei einem Problem richtig, von Seiten zu sprechen? Ich

SKÁLDAMÁL

Mig langar að tala við þig á skáldamáli
án þess að rjúfa þögnina.

Þetta er ekki jafn erfitt og það kann að hljóma:

Bara eins og
að draga kristalsglas
í lopabandi
eftir
stórgrýttri fjöru.

DICHTERSPRACHE

Ich möchte mit dir in einer Dichtersprache sprechen,
ohne die Stille zu durchbrechen.

Es ist nicht so schwierig, wie es klingen mag:

Es ist nur so,
als zöge man ein Kristallglas
an einem Wollfaden
über
einen steinübersäten Strand.

AÐEINS VARÐANDI KLÆÐABURÐ

Þú ættir ekki að klæðast öðru en ull og silki.
Og helst einungis víðum fötum
þannig að hönd mín renni auðveldlega undir þau
og vísifingurinn geti fundið grófina á milli brjóstanna
þar sem hjartað slær í húðinni.

NUR KURZ ETWAS
BEZÜGLICH KLEIDUNG

Du solltest nichts anderes tragen als Wolle und Seide.
Und am liebsten ausschließlich Kleider, die weit sind,
so dass meine Hand mühelos unter sie gleiten kann
und der Zeigefinger die Mulde zwischen den Brüsten findet,
da wo das Herz schlägt in der Haut.

KÆRA BARN

Einn morgun vaknar þú og sorgarstytturnar þínar úr móberginu verða orðnar svo stökkar – svo uppþornaðar innan frá – að það þarf ekki nema örlítinn andvara og þá leysast þær upp í hárfínan móbergssand sem feykist út um gluggann.

LIEBES KIND

Eines Morgens wachst du auf und deine Trauerfiguren aus Tuff werden so rissig sein – so ausgetrocknet von innen her – dass es nur eines winzigen Windhauchs bedarf und sie zerfallen zu haarfeinem Tuffsteinsand, der zum Fenster hinaus weht.

BRUNNUR

Þetta er ekki ólíkt því að sofna. Maður tekur ekki eftir andartakinu þegar það gerist. Þú stendur við op brunnsins og áður en þú veist af ertu kominn niður eftir kaðlinum. Aðra stundina ertu þarna uppi, þá næstu ertu kominn niður á botn; stendur þar í ökkladjúpu vatni. Tæknilega er hægt að klifra upp reipið en nú kanntu það ekki lengur. Það er fræðilegur möguleiki, heimspekileg hugmynd. Ekkert mikið meira. Hér er dimmt og rakt og kalt. Hér er gott að vera. Þetta er ekki ólíkt því að sofna. Þú tekur ekki eftir því fyrr en þú ert sofnaður.

DER BRUNNEN

Es fühlt sich so ähnlich an wie Einschlafen. Man nimmt den Moment nicht wahr, in dem es passiert. Du stehst am Rand des Brunnens, und bevor du es merkst, bist du schon unten am Seil angekommen. Für einen Moment bist du oben, im nächsten unten auf dem Grund; stehst dort bis zu den Knöcheln im Wasser. Technisch ist es möglich, das Tau wieder hochzuklettern, aber jetzt weißt du nicht mehr, wie es geht. Es bleibt eine theoretische Möglichkeit, eine philosophische Idee. Nicht viel mehr. Hier ist es dunkel und feucht und kalt. Hier zu sein ist gut. Es fühlt sich so ähnlich an wie Einschlafen. Du merkst es nicht, bis du eingeschlafen bist.

NOKKUR ORÐ TIL VIÐBÓTAR UM SPEGLA

Sagt er að
áður en Guði datt í hug
að skapa heiminn
hafi hann litið í spegil.[1]

Spegilmyndin er
í fyrstu
nákvæm efirmynd þess sem speglað er
en
síðan fær hún eigið líf.
Þannig skapaði hugsun um hugsun heiminn.

Í Bæheimi finnurðu hvergi spegil
í svefnherbergi.
Þar er það talið mikið hættuspil
sjái sofandi maður
spegilmynd sína.

Í Bæheimi vita menn
að sjálfsmynd manna er brothætt.

---

[1] Þegar hér er komið sögu er hvorki rúm né tími, hvað þá efni, komið til sögunnar og því er líklegt að Guð hafi hugsað um Guð, frekar en að líta bókstaflega í spegil. En hugsun hugsunar um sjálfa sig er jú nokkurs konar spegill.

NOCH EIN PAAR WORTE ÜBER SPIEGEL

Es wird erzählt
dass Gott, bevor er auf die Idee kam,
die Welt zu erschaffen,
in den Spiegel geschaut habe.[1]

Das Spiegelbild
ist zunächst
ein genaues Ebenbild dessen, was gespiegelt wird,
doch
dann bekommt es ein Eigenleben.
So hat ein Gedanke über einen Gedanken
die Welt erschaffen.

In Böhmen wirst du im Schlafzimmer
keinen Spiegel finden.
Dort wird es als sehr gefährlich angesehen,
wenn ein schlafender Mensch
sein Spiegelbild sieht.

In Böhmen wissen die Menschen,
dass ihre Selbstbildnisse zerbrechlich sind.

---

[1] Zum damaligen Zeitpunkt gibt es weder Raum noch Zeit, geschweige denn irgendeine Materie, und daher ist es wahrscheinlich, dass Gott eher über Gott nachgedacht hat, als buchstäblich in den Spiegel geschaut zu haben. Aber ein Gedanke über einen Gedanken über sich selbst ist ja in gewisser Weise ein Spiegel.

Eitt er það sem ég get ekki hætt að hugsa um:
Hvað gerist
ef kamelljón
lítur í spegil?

Eins gibt es, worüber ich immer nachdenken muss:
Was passiert,
wenn ein Chamäleon
in den Spiegel schaut?

EINSETULÖGMÁLIÐ

Tárin eru rúðupiss sálarinnar
Maður sér örlítið betur út
og hinn
inn

Þegar tveir horfast í augu
sem báðir hafa grátið
sjá
þeir

að
milli sjónhimnunnar og ljósopsins
er
stjörnuþoka í raunstærð.

Ein í hverju auga.

DAS EINSIEDLERPRINZIP

Tränen sind das Scheibenwaschmittel der Seele.
Man sieht ein bisschen besser hinaus
und der andere
hinein.

Wenn zwei die geweint haben
sich in die Augen schauen
sehen
sie

dass
zwischen der Netzhaut und der Pupille
Galaxien sind
in realistischer Größe.

Eine in jedem Auge.

ÁN TITILS

Í gufunni sátum við hlið við hlið.
Hendur okkar luktust um ósýnilegan hnött.
Í tóminu milli fingranna
milli skauta lófanna
varð til
– þunnt eins og þoka –
hálfgegnsætt
ský.

Við gleikkuðum bilið,
héldum aðeins lausar.

Þau gufa víst upp ef það loftar ekki um þau.

OHNE TITEL

Wir saßen Seite an Seite im Dampfbad.
Unsere Hände schlossen sich um
                                        eine unsichtbare Kugel.
In der Leere zwischen den Fingern,
zwischen den Polen der flachen Hand
entstand
– dünn wie Nebel –
eine durchscheinende
Wolke.

Wir vergrößerten den Abstand,
lockerten den Griff der Hände.

Sie würden wahrscheinlich verdampfen,
                                        wenn keine Luft sie umspielt.

ÁN TITILS

Objet trouvé #1

Það er alltaf
fullt tungl
séð frá sólu.

OHNE TITEL
Objet trouvé #1

Es ist immer
Vollmond
von der Sonne her gesehen.

TREGALÖGMÁLIÐ

eða: *Allt sem þú vildir vita um tregðulögmálið en þorðir ekki að spyrja vegna þess að þú óttaðist að svarið myndi fylla þig trega.*

Ef þú sendir hlut út í geiminn
eftir stöðugri stefnu
í heimi án viðnáms og þyngdarkrafta
mun hann halda stefnu sinni og hraða
að eilífu

nema hann rekist á annan hlut.

Á því eru um helmingslíkur
(– þó það)
(– þó ekki meira)

DAS TRÜBSALSGESETZ

oder: *Alles, was du über das Trägheitsgesetz wissen wolltest, dich aber nicht getraut hast zu fragen, weil du Angst davor hattest, die Antwort würde dich traurig stimmen.*

Wenn du einen Gegenstand in den Weltraum schickst,
auf einen stabilen Kurs,
in eine Welt ohne Widerstand und Schwerkraft,
wird er seine Richtung und Geschwindigkeit
auf ewig halten

es sei denn, er stößt gegen einen anderen Gegenstand.

Die Wahrscheinlichkeit liegt bei fünfzig Prozent
(– das schon)
(– doch nicht mehr)

ÉG VEIT HVAÐ ÉG VIL, LOKSINS!

Ummyndast jafn áreynslulaust og vatn
úr föstu efni í gufu
með viðkomu í vökva.

Og svo aftur til baka.

Það er allt og sumt.

ICH WEISS, WAS ICH WILL, ENDLICH!

Es bildet sich genau so mühelos um wie Wasser
von Masse in Dampf
bei kurzem Aufenthalt in Flüssigkeit.

Und dann wieder zurück.

Das ist alles.

HIÐ ÓUMFLÝJANLEGA

(Hér komi dramatískur undirtitill fyrir Yves Klein)

Ég skora það á hólm
betra að vera fyrri til
tímasetningin er sönnun á frelsi mínu.

Það velur vopnin

og þegar á hólminn er komið
læt ég skot mitt geiga
viljandi

til að torvelda hinu óumflýjanlega ekki vinnu sína.

(Og svona til að fyrirbyggja allan misskilning þá er „hið óumflýjanlega" ekki endilega dauðinn. Ekki frekar en allir drykkir eru kampavín.)

DIESES UNAUSWEICHLICHE

(Hierhin gehört ein dramatischer Untertitel für Yves Klein)

Ich fordere es zum Duell,
es ist besser, ihm zuvorzukommen,
die Wahl des richtigen Zeitpunkts ist
der Beweis meiner Freiheit.

Es bestimmt die Waffen

und wenn das Duell dann stattfindet,
schieße ich absichtlich
daneben,

um dem Unausweichlichen nicht
seine Arbeit zu erschweren.

(Und um gleich jedem Missverständnis
vorzubeugen, so ist „das Unausweichliche" nicht
zwangsläufig der Tod. Auch nicht alle Getränke sind
Champagner.)

NÆTURVEIÐI
(lýsing á því sem ég sá)

Ég kveiki bál í stefninu
eldtungurnar skjóta neistaflugum út í nóttina.

Og fiskurinn leitar í eldköstinn

eins og fluga í loga kertis
ekki til að deyja
heldur til að
sameinast eldinum (eins og skáldið sagði).

Eftir botninum skríður ferskvatnsþorskurinn
á fjórum fótum.

Hann gat ekki að því gert
varð að koma.

Hann sá eldinn.

Ég sé hann.

NACHTFANG

(Eine Schilderung dessen, was ich sah)

Ich entzünde das Feuer im Bug,
die Stichflamme schießt einen Funkenflug
hinaus in die Nacht.

Und der Fisch sucht das Feuer

wie die Fliege die Flamme einer Kerze,
nicht um zu sterben,
sondern um
eins mit dem Feuer zu sein (wie der Dichter sagt).

Auf dem Grund kriecht der Süßwasserdorsch
auf allen vieren.

Er kann nichts dafür,
er musste kommen.

Er sah das Feuer.

Ich sehe ihn.

RÉTT NAFN

Ekki nefna orðið.
Finn spennuna í vöðvunum
– grunurinn er sterkur.

Ekki segja orðið upphátt!
Það verður ekki aftur tekið.
Og það sem það þýðir verður.

Öllu er hægt að breyta –
ekkert er óumbreytanlegt –
fyrr er það hefur verið nefnt
sínu rétta nafni.

DER RICHTIGE NAME

Erwähne das Wort nicht.
Spüre die Spannung in den Muskeln
– der Argwohn ist groß.

Sag das Wort nicht laut!
Es gibt kein Zurück.
Und das, was es bedeutet, das wird.

Alles lässt sich ändern –
nichts ist unabänderlich –
bis es bei seinem richtigen Namen
genannt worden ist.

1491 – 2013

Morgunhiminn yfir Bláfjöllunum minnir mig skuggalega mikið á blámann og skýin yfir Feneyjum árið 1491 (sjá verk endurreisnarmeistaranna). Vekur áleitnar spurningar um höfundar- og sæmdarrétt. Liturinn er næstum alveg sá sami og fjarvíddin er fullkomin. Það tók okkur hérna norður frá rétt fimm hundruð ár að ná að kópera hana sómasamlega.

1491 – 2013

Der Morgenhimmel über den Blaubergen erinnert mich unheimlich stark an das Blau und die Wolken über Venedig im Jahr 1491 (siehe das Werk des Renaissancemeisters). Weckt aufdringliche Fragen zu Urheber- und Ehrenrecht. Die Farbe ist beinahe die gleiche und die Perspektive ist vollkommen. Wir hier im Norden haben um die fünfhundert Jahre gebraucht, um es anständig kopieren zu können.

AÐ LOKUM EITT FÍNGERT LAG FYRIR (VIN MINN J. K. OG) ALLA ÞÁ SEM MÉR ERU KÆRIR

(dægurlagatexti við ósamið lag)

Blessi þig allt sem blessar,
og drekki þér í mjólk.

Huggi þig allt sem huggar,
með þurrum lófa á kinn.

Hjálpi þér allt sem hjálpar,
að reyna ekki að tapa með reisn.

Styrki þig allt sem styrkir,
til að þora að vera einn.

(dok)

Mýki þig allt sem mýkir,
svo limirnir rifn´ ekki af.

Skilji þig allt sem skilur,
frá sjálfum þér og mér.

ZUM SCHLUSS EIN ZARTES LIED FÜR (MEINEN FREUND J. K. UND) ALLE, DIE MIR LIEB SIND

(Schlagertext zu einem ungeschriebenen Song)

Es segne dich alles, was segnet,
und ertränke dich in Milch.

Es tröste dich alles, was tröstet,
mit einer rauhen Hand auf der Wange.

Es helfe dir alles, was hilft,
nicht zu versuchen, würdevoll zu verlieren.

Es stärke dich alles, was stark macht,
sich zu getrauen, allein zu sein.

(kurze Pause)

Es erweiche dich alles, was weich macht,
damit die Glieder nicht reißen.

Es scheide dich alles, was scheidet,
von dir selbst und von mir.

Kremji þig allt sem kremur,
en geri það hratt
kuldalega
og af algeru skeytingarleysi
svo að morgni megi nota nýtilegasta
úr rústunum af sjálfum þér í nýbyggingu.

Blessi þig allt sem blessar,
og drekki þér í mjólk.

Es zerquetsche dich alles, was quetscht,
doch schnell soll es dies tun,
frostigkalt
und in völliger Gleichgültigkeit,
so dass am Morgen die noch brauchbaren
Trümmer deiner selbst
für den Bau von etwas Neuem
verwendet werden können.

Es segne dich alles, was segnet,
und ertränke dich in Milch.

AÐ HEYRA #2: TVEGGJA HÆÐA HÚS

Maðurinn á hæðinni fyrir neðan mig býr einn. Hann svarar ekki kveðju minni þegar við mætumst á stigapallinum heldur horfir í gegnum mig, eins og ég sé ekki raunverulegur. Útveggir hússins eru úr steini en gólfin eru gerð úr þunnum timburþiljum og þriggja sentimetra djúpu vatni. Nótt eftir nótt vakna ég við hljóðin sem koma upp úr gólfinu, úr svefnherbergi hans. Ég heyri hljómfallið, setningarbygginguna, muninn á spurningu og fullyrðingu, en aldrei tekst mér að greina orðaskil, hverjir eru að tala eða um hvað. Það er alveg sama hvað ég legg fast við hlustir.

ZU HÖREN #2:
EIN ZWEIETAGENHAUS

Der Mann auf der Etage unter mir wohnt allein. Er antwortet nicht auf meinen Gruß, wenn wir uns im Treppenhaus begegnen, sondern sieht durch mich hindurch, als wäre ich nicht real. Die Außenwände des Hauses sind aus Stein, aber der Boden besteht aus dünnen Holzlatten und drei Zentimeter tiefem Wasser. Nacht für Nacht wache ich auf von den Lauten, die von unten aus dem Boden kommen, aus seinem Schlafzimmer. Ich höre den Rhythmus, den Satzbau, den Unterschied zwischen einer Frage und einer Behauptung, aber ich schaffe es nie, den Sinn der Worte zu erkennen, wer die sind, die da sprechen und über was. Wie sehr ich mich beim Horchen auch bemühe.

EINSTAKA SILFURSJÓÐIR, ENDALAUSIR LÆRLEGGIR

Um líf mitt gildir það sama og um fornleifar á Íslandi: Meira en 95% fornminjanna eru enn neðanjarðar og órannsakaðar. Á tímum aukins niðurskurðar til mennta- og menningarmála er viðbúið að svo verði enn um hríð. Það sem kann að finnast á næstu árum mun líta dagsins ljós vegna uppblásturs eða landeyðingar því lítið verður um skipulegan uppgröft. Þetta er einfaldlega sá kaldi veruleiki sem við, sem erum ég, verðum að búa við.

EINZIGARTIGE SILBERSCHÄTZE, ENDLOSE OBERSCHENKELKNOCHEN

Über mein Leben gilt das Gleiche wie über archäologische Funde in Island: Mehr als 95% der Altertümer sind noch unter der Erde und unerforscht. In Zeiten zunehmender Kürzungen in Bildung und Kultur ist zu erwarten, dass es eine Zeitlang auch so bleiben wird. Das, was man in den nächsten Jahren möglicherweise findet, werden Wind- und Bodenerosion ans Tageslicht gebracht haben, denn es wird nur wenige organisierte Ausgrabungen geben. Das ist einfach die kalte Realität, mit der wir, das heißt ich, leben müssen.

FYRIRGEFÐU

Fyrirgefðu
orðin

sem hafa brotist út úr dýragarðinum
ganga villt
áttviss

alvöru úlfar
í alvöru gæru

á annarra manna landi
á helgu landi
án líkinga
þar sem orðin og hluturinn eru eitt
(hluturinn er miði með nafni hlutarins)

í hvert skipti sem ég segi
orð
þá næri ég dýrið

VERGEBUNG

Vergebung
den Wörtern,

die aus dem Tiergarten ausgebrochen sind
umherlaufen
unbeirrt

wahrhafte Wölfe
in wahrhaftem Pelz

in eines anderen Menschen Land
in heiligem Land
ohne Gleichnisse
wo die Wörter und die Gegenstände eins sind
(der Gegenstand ist ein Zettel mit dem Namen
des Gegenstands darauf)

jedes Mal wenn ich
ein Wort sage

so füttere ich das Tier

EKKERT EINS OG NEITT

Ég hafna líkingamáli.
Ekkert er eins og neitt.

Ég hafna líkingamáli.
Það sem ég segi er.
Ég hafna öllu líkingamáli.
Allt er það sem það er.

Líkingamál er ennfremur siðferðislega vafasamt.
Það felur í sér dóm og ofbeldi.

(Hvað er það annars að segja barni að það sé eins og annað barn? Eða að segja unglingi: „Þú ert alveg eins og mamma þín“?)

Ég hafna líkingamáli.
Hús er hús.
Haf er haf.
Mjólk er mjólk.

Punktur er punktur.

NICHTS WIE NICHTS

Ich lehne Vergleiche ab.
Nichts ist wie nichts.

Ich lehne Vergleiche ab.
Das was ich sage ist.
Ich lehne alle Vergleiche ab.
Alles ist das was es ist.

Ein Vergleich ist überdies moralisch fragwürdig.
Er birgt ein Urteil und Gewalt in sich.

(Was sonst ist es, wenn man einem Kind sagt, es sei
wie ein anderes Kind? Oder einem Jugendlichen:
Du bist genau wie deine Mutter“?)

Ich lehne Vergleiche ab.
Haus ist Haus.
Meer ist Meer.
Milch ist Milch.

Punkt ist Punkt.

MYRKRAVERK (MAGNUM OPUS)

Á nóttunni sinni ég gullgerðarlist.
Það er mitt aðalstarf.
Dagvinnan er bara yfirskin
til að halda næturvinnunni leyndri
fyrir sjálfum mér.

(Þetta útskýrir baugana sem
þú varst að spyrja um í morgun.)

DUNKELWERK (MAGNUM OPUS)

In der Nacht befasse ich mich mit Alchemie.
Das ist mein Hauptberuf.
Die Tagesarbeit ist nur ein Vorwand,
um die Nachtarbeit vor mir selbst
geheim zu halten.

(Das erklärt die Augenringe,
nach denen du heute Morgen gefragt hast.)

KUSK

Á bak við hin hljóðin
er alltaf hljóð
bakgrunnssuð

er við erum kyrr
og alveg hljóð
þá
getum við heyrt

grunntón tilverunnar:

rödd Lárusar Pálssonar
að lesa ljóð eftir Davíð Stefánsson
leikna af vínylplötu
á plötuspilara

alltaf
á bak við hin hljóðin

EIN FUSSEL

Hinter den anderen Lauten
ist immer ein Laut
ein Hintergrundsummen

wenn wir still sind
und keinen Laut von uns geben
dann
können wir ihn hören

den Grundton des Seins:

die Stimme von Lárus Pálsson
wie er ein Gedicht von Davíd Stefánsson liest
gespielt von einer Vinylplatte
auf einem Plattenspieler

immer
hinter den anderen Lauten

GLUGGAR OG SPEGLAR

Í skjóli nætur um miðjan dag ræddum við muninn á spegli og glugga. Ég vildi (les: „var búinn að ákveða") að listaverkið væri gluggi úr einum heimi í annan en þú sagðir nei, listaverkið – rétt eins og annað fólk – er spegill. Og það er nóg. En þá sérðu bara það sem þú sást fyrir, segi ég. Hvernig getur okkur þá batnað? Hvernig getur þá nokkuð breyst? Jú, af því að spegillinn plokkar augu þín viðstöðulaust út úr augntóftunum, snýr þeim svo á röngunaog sýnir þér vissulega allt sem þú sást fyrir í kringum þig en bætir einu við: Þér sjálfum, í heiminum, ekki horfandi á heiminn.

FENSTER UND SPIEGEL

Mitten in der Nacht in der Mitte des Tags haben wir über den Unterschied zwischen Spiegel und Fenster geredet. Ich wollte (lies: „hatte entschieden“), dass das Kunstwerk ein Fenster sei von einer Welt in die andere, du aber sagtest, nein, das Kunstwerk – ganz so wie andere Menschen – ist ein Spiegel. Und das reiche aus. Aber dann siehst du nur das, was du vorher gesehen hast, sage ich. Wie kann es uns dann besser gehen? Wie kann sich dann noch etwas ändern? Aber ja doch, denn der Spiegel pult unaufhörlich deine Augen aus den Augenhöhlen, dreht sie auf die Kehrseite und zeigt dir gewiss alles, was du vorher um dich herum gesehen hast, fügt aber eines hinzu: Dich selbst, in der Welt, doch nicht auf die Welt schauend.

INNRÝMI

Þótt það sé vissulega nokkur einföldun að segja að innrýmið sé „það sem er undir heimsefninu“ leyfi ég mér stundum að byrja á slíkri skilgreiningu. Dæmi: Innrými kökunnar er allt það sem ekki er kaka. Það er að segja negatív afsteypa af köku en einnig allt hitt innrýmið í heiminum sem er ekki kaka. Innrýmið er sem sagt það rými sem er ekki. Ég hef stundum í hálfkæringi kallað innrýmið rönguna. En það er auðvitað alltof gildishlaðið orð til að nota í vísindatexta en hugsanlega nothæft í ljóðtexta sem þessum.

Til að komast inn í innrýmið má fara um hvaða göt sem sjáanleg eru í nærumhverfinu: Niðurföll, innstungur, augu og sólir ...

Áður en lagt er af stað er hefð fyrir því að fara með þetta franska vísubrot: Au revoir, mon amie! / Bon voyage! / Bonne chance! / Bon courage! / Bon, ben ... (svo er eins og hendi sé veifað ...)

DER INNERE RAUM

Obwohl es gewiss eine ziemliche Vereinfachung ist, zu sagen, dass der innere Raum das sei, „was unter dem Weltstoff liegt“, so erlaube ich mir manchmal, mit einer solchen Definition zu beginnen. Ein Beispiel: Der innere Raum des Kuchens ist alles das, was nicht Kuchen ist. Das heißt, ein negativer Abguss des Kuchens, aber auch jener andere innere Raum in der Welt, der nicht Kuchen ist. Der innere Raum ist also der Raum, der nicht ist. Ich habe den inneren Raum gelegentlich etwas fahrlässig die Kehrseite genannt. Aber das ist selbstverständlich ein viel zu bedeutungsbeladenenes Wort, um in einem wissenschaftlichen Text verwendet zu werden, aber möglicherweise für einen lyrischen Text wie diesen hier zu gebrauchen.

Um in den inneren Raum hinein zu gelangen, dürfen jedwede Löcher, die in der näheren Umgebung zu sehen sind, passiert werden: Abfluss, Steckdosen, Augen und Sonnen...

Bevor man jedoch aufbricht, ist es Tradition, diese französischen Zeilen aufzusagen: Au revoir, mon amie! / Bon voyage! Bonne chance! / Bon courage! / Bon, ben...
(dann plötzlich scheint eine Hand zu winken…)

„GAMLA GENGIÐ“

Skipstjórinn á MS Sýsifossi var vanur að segja að hann hefði ekki „misst mann“ í 22 ár. Þetta var einsdæmi í flotanum; sama áhöfnin frá 1987.

„Gamla gengið“ sigldi strandflutningaskipinu umhverfis landið á sex dögum, 52 hringi á ári í 22 ár. Sunnudagsmorgunn í heimahöfn, sólarhringur í landi og svo út aftur; að jafnaði lagst að bryggju á 10–15 stöðum í hverjum hring (ekki alltaf þeim sömu); alltaf siglt rangsælis: Vestmannaeyjar, Höfn, Reyðarfjörður og svo framvegis.

Það var til þess tekið í fjörðum, víkum og höfnum hversu yfirveguð en þó glaðleg og að því er virtist lífsglöð áhöfn skipsins var. Reynslan sagði líka til sín, verkin í hverri höfn voru unnin fumlaust – allt að því vélrænt. „Gamla gengið“ starfaði sem einn maður.

Fljótlega eftir að strandsiglingarnar lögðust af fór hins vegar að gæta eirðarleysis meðal áhafnarinnar. Og eftir að útgerðin tók að nýta skipið til millilandasiglinga var þess ekki langt að bíða að „gamla gengið“ heyrði sögunni til. Lengri landlegur, aðgangur að tollfrjálsum varningi (bjór) og önnur fríðindi dugðu ekki til að halda hópnum saman. Þvert á móti.

„DIE ALTE BANDE"

Der Kapitän der MS Sýsifoss pflegte zu sagen, dass er in 22 Jahren nicht einen „Mann verloren" habe. Das war einmalig in der Flotte; dieselbe Besatzung seit 1987.

„Die alte Bande" fuhr den Küstenfrachter in sechs Tagen rund um die Insel. 52 Runden pro Jahr, 22 Jahre lang. Jeden Sonntagmorgen im Heimathafen, 24 Stunden an Land, dann wieder hinaus auf See; in der Regel wurde bei jeder Runde in 10 – 15 Häfen angelegt (nicht immer in denselben); immer wurde gegen den Uhrzeigersinn gesteuert: Vestmannaeyjar, Höfn, Reyðarfjörður und so weiter.

In den Fjorden, den Buchten und den Häfen erzählte man sich, wie abgeklärt, aber gleichwohl fröhlich und, wie es schien, voller Lebensfreude die Besatzung des Schiffes war. Auch sprach die Erfahrung für sich, dass die Arbeit in einem jeden Hafen stets unverzüglich angegangen wurde – ja mechanisch beinah. „Die alte Bande" arbeitete wie ein Mann.

Bald nachdem die Küstenschifffahrt dann eingestellt worden war, machte sich allerdings Unruhe in der Mannschaft breit. Und als die Reederei das Schiff für

Dagskráin varð óregluleg: Stundum siglt á Cuxhaven, stundum Rotterdam, stundum til Leeds eða Hull; og alltaf skyldi siglt stystu leið, eftir beinni línu, fram og til baka. Slíkir túrar eru eðlisólíkir reglubundnum hringsiglingum. Siglingafræðingurinn saknaði sirkilsins. Hann hætti fyrstur. Skipstjórinn hvarf síðastur frá borði.

Sumir fengu vinnu í landi og plumuðu sig víst bærilega en aðrir enduðu í óreglu eins og gengur. Einhverjir munstruðu sig á önnur skip en fæstir úr áhöfninni á MS Sýsifossi entust lengi á sjó eftir að strandsiglingarnar lögðust af.

den Überseeverkehr zu nutzen begann, dauerte es nicht mehr lange, und „die alte Bande“ gehörte der Vergangenheit an. Längerer Landgang, Zugang zu zollfreier Ware (Bier) und andere Privilegien reichten nicht aus, um den Haufen zusammen zu halten. Im Gegenteil.

Der Tagesablauf war unregelmäßig: Mal ging es nach Cuxhaven, mal nach Rotterdam, mal nach Leeds oder Hull; und immer sollte die kürzeste Route genommen werden, einer geraden Linie nach, hin und zurück. Solche Touren hatten mit den regelmäßigen Rundfahrten nichts gemein. Der Navigator vermisste seinen Zirkel. Er hörte als erster auf. Der Kapitän ging als letzter von Bord.

Einige fanden Arbeit an Land und standen wohl einigermaßen ihren Mann, andere aber endeten in Trunksucht, wie es eben so geht. Ein paar heuerten auf anderen Schiffen an, aber nachdem die Küstenschifffahrt eingestellt worden war, hielten es die wenigsten aus der Mannschaft der MS Sýsifoss lange aus auf See.

OKKAR EIGIN DÍÓGENES

Ég er fylgjandi því að hundingjahald í Reykjavík
verði gefið frjálst. Og líka því að banna skugga.
Ef allir ættu sinn hundingja tjóðraðan við ökkla
sinn: Nakinn, í tunnu, algerlega óttalausan.
Ó, ef aðeins. Þá myndum við þurfa að læra að ganga
um án skugga svo aldrei skyggði einn á annars sól.

UNSER EIGENER DIOGENES

Ich bin dafür, dass das Halten eines Kynikers in
Reykjavík frei gegeben wird. Und außerdem, dass
Schatten verboten werden. Und jeder sollte seinen
Kyniker an seinem Knöchel angebunden haben:
Nackt, in einer Tonne, ganz ohne Angst.
Oh, wenn doch nur. Dann würden wir lernen
müssen, ohne Schatten umherzulaufen, so dass nie
einer in eines anderen Sonne steht.

STUPÉFIANT

[...] Ég hef kannski ekki mikið fleira um þetta að segja annað en að ítreka stærðina: Þrátt fyrir að íbúðin hafi verið undir súð þá var gólfplássið *stupéfiant* eins og þeir segja hér í Frakklandi, vinir mínir. Hún var hreint út sagt ótrúlega stór. Stuttu síðar vaknaði ég og fékk mér vatnsglas og smók en sofnaði svo aftur og dreymdi ráðgátu sem fólgin var í texta á blaði. Lausnin á henni fólst í því að færa til bilin milli orðanna. Ekki að endurraða stöfunum heldur bara að hnika til bilunum, þannig að öftustu stafirnir í einu orði urðu þeir fremstu í því sem á eftir kom og svo framvegis, þá birtist allt í einu annar texti inni í eða undir eða eiginlega til hliðar við hinn. Ég veit ekki hvort þú manst eftir því en þú varst þarna líka. Og á meðan þessi dulda merking í textanum laukst upp fyrir okkur lék strengjasveit opinn þríhljóm með fullkomlega jafnri áferð og af fullkomlega jöfnum styrk [...]

STUPÉFIANT

[...] Vielleicht habe ich darüber nicht viel mehr zu sagen, als immer wieder die Größe zu betonen: Auch wenn die Wohnung schräge Wände hatte, so war ihre Grundfläche doch *stupéfiant*, wie man hier in Frankreich zu sagen pflegt, meine Freunde. Sie war ehrlich gesagt unglaublich groß. Kurz darauf bin ich aufgewacht und habe ein Glas Wasser getrunken und eine geraucht, bin dann aber wieder eingeschlafen und habe von einem Rätsel geträumt, wo es um einen Text auf einem Blatt Papier ging. Die Lösung lag darin, die Abstände zwischen den Wörtern zu verändern. Nicht etwa die Buchstaben neu zu ordnen, sondern allein die Abstände hin und her zu rücken, so dass die hintersten Buchstaben in einem Wort die ersten werden in dem, was danach kommt, und so weiter, und dann erscheint auf einmal ein anderer Text darin, mal unterhalb, mal im Prinzip seitlich von ihm. Ich weiß nicht, ob du dich daran erinnern kannst, aber du warst auch da. Und während uns diese geheime Bedeutung des Textes aufging, spielte ein Streichorchester einen offenen Dreiklang von völlig gleichmäßiger Struktur und in anhaltend gleicher Tonstärke [...]

„RÉTTA BLANDAN“

Reynslan hefur kennt mér að
það að blanda saman draumi
og veruleika er eina
vitið
fyrir þann sem vill
missa
vitið.

Því maður velur víst
ekki
drauminn sem maður blandar
veruleikanum.

Og martraðir eru
sannarlega
af tagi
drauma.

„DIE RICHTIGE MISCHUNG“

Die Erfahrung hat mich gelehrt dass
das Vermischen von Traum und
Wirklichkeit das einzige Tun
mit Verstand ist
für den der
den Verstand
verlieren will.

Denn man sucht sich ja
den Traum nicht
aus mit dem man die
Wirklichkeit vermischt.

Und Albträume sind
wahrlich
von der Art
der Träume.

HÚN / HANN

Hann vinnur við gæðaeftirlit í speglaverksmiðju. Hún líka. Ekki í sömu verksmiðju þó. Hún og hann beita nákvæmlega sömu aðferð við vinnu sína. Þau grandskoða hvern einasta spegil persónulega með því að stara í augu sín, algerlega ótta- og svipbrigðalaus, í fjórar mínútur. Fjórar mínútur eru lengur að líða en maður heldur. Og finni hún/hann eina einustu misfellu, hrukku eða sprungu í speglinum (hversu agnarsmá sem hún kann að vera) þá sendir hún/hann spegilinn orðalaust í urðun. Hún/hann gerir engar undantekningar.

SIE/ER

Er arbeitet in der Güterkontrolle in einer Spiegelfabrik. Sie auch. Obgleich nicht in derselben Fabrik. Sie und er wenden bei ihrer Arbeit genau dasselbe Verfahren an. Sie betrachten jeden einzelnen Spiegel eingehend persönlich, indem sie in ihre eigenen Augen starren, vollkommen furcht- und regungslos, vier Minuten lang. Vier Minuten dauern länger, als man denkt. Und findet sie/er nur einen einzigen Fehler, eine Falte oder einen Sprung im Spiegel (egal wie winzig er sein mag) dann schickt sie/er den Spiegel ohne ein Wort in den Müll.
Sie/er macht keine Ausnahmen.

VILLISÁLMUR

(afleggjari út frá ljóði J. M. R.)

Norðan við ána,
handan góðs og ills,
innst í Fangafirði,
rétt áður en forminu sleppir,
eru grænir vellir.

Viltu hitta mig þar?
Ég bíð þín í fjórða erindinu,
næstsíðustu línunni.

Ég kem með handritið að villisálminum.
Hann verður ekki sunginn
nema tvíraddað
úr einum barka.

Við græna velli,
viltu hitta mig þar?

WILDER PSALM

(Ableger eines Gedichts von J. M. R.)

Nördlich des Flusses,
jenseits von Gut und Böse,
am Ende des Gefangenenfjords,
dort wo sich seine Form verliert,
sind grüne Felder.

Willst du mich dort treffen?
Ich warte auf dich in der vierten Strophe,
in der vorletzten Zeile.

Ich bringe das Manuskript vom wilden Psalm.
Man kann ihn nicht singen,
es sei denn doppelstimmig
aus einer einzigen Kehle.

Auf grünen Feldern,
willst du mich dort treffen?

ÞUNGT VATN

Ég hef hugsað mér að lagast, í sömu merkingu og maður lagar kaffi. Það er að segja: Breyta föstu efni í vökva eða lög. Ég hef hugsað mér að vera lögurinn sem þú rennir þér ofan í. Lögur hefur óskilgreinda lögun og finnur ekki fyrir eigin formi nema þar sem vökvi lagarins snertir eitthvað sem er ofan í leginum.

Ég hef meðalþrýsting. Í upphafi er ég vatn.

Ég finn fyrir sjálfum mér í dældinni á milli brjóstanna á þér, neðst á bringunni. Ég finn fyrir sjálfum mér í skorunni neðst á bakinu, á þessum óljósu mörkum þar sem rasskinnarnar skiljast að. Ég finn fyrir mér innan í eyranu á þér. Ég þrýsti á hljóðhimnuna og augnlokin.

Og svo umlyk ég brjóstin á þér, bæði, alveg. Eins og aðeins lögur getur gert. Snerti brjóstin á þér öll í einu.

SCHWERES WASSER

Ich habe mir überlegt, flüssig zu werden, auf die gleiche Weise, wie man Kaffee kocht. Das heißt: ein fester Stoff wird umgewandelt in Nässe oder Flüssigkeit. Ich gedenke, die Flüssigkeit zu werden, in die du hinein gleitest. Die Flüssigkeit hat eine unbestimmte Gestalt und spürt ihre eigene Form nur dort, wo die Nässe der Flüssigkeit etwas, das in der Flüssigkeit drin ist, berührt.

Ich habe normalen Druck. Im Anfang bin ich Wasser.

Ich spüre mich selbst in dem Tal zwischen deinen Brüsten, tief unten am Busen. Ich spüre mich selbst in dem Schlitz tief unten am Rücken, an dieser verschwommenen Grenze, von der aus die Pobacken auseinander gehen. Ich spüre mich innen in deinem Ohr. Ich drücke auf das Trommelfell und die Augenlieder.

Und dann umschlinge ich deine Brüste, alle beide, total. Wie nur eine Flüssigkeit es kann. Berühre deinen Busen überall zugleich.

Og svo læsi ég mig um lærin líka, og hnén. Og svo renn ég inn um nefið á þér; um sköp þín; inn í leggöngin. Og svo opnar þú munninn og ég fylli lungu þín af legi.

Núna er ég alger, fullkomlega nákvæm, negatív afsteypa af líkama þínum. Ég er allt það efni í leginum sem ert ekki þú. Og snerti þig alla í einu; hvern einasta fersentimetra af yfirborði þínu, jafnt utan á sem inn í þér.

Þú finnur fyrir mér. Og ég finn fyrir eigin formi vegna þess að þú ert í leginum.

Ég snerti þig alla í einu, alls staðar og alveg. Alskynja þig. Og svo byrja ég að auka þrýstinginn. Ég þétti mig enn utan um ytra byrði þitt en inni í þér, í eyrunum, leggöngunum og lungunum, þar þenst ég út. Þannig virkar aukinn þrýstingur.

Ég er orðinn mjög þungt vatn.

Und dann umschließe ich auch die Schenkel, die Knie. Und dann fließe ich in deine Nase hinein, um deine Scham, in die Scheide. Und dann öffnest du den Mund und ich fülle deine Lungen mit Flüssigkeit.

Nun bin ich absolut, ein vollkommen genauer negativer Abguss deines Körpers. Ich bin in der Flüssigkeit all der Stoff, der du nicht bist. Und berühre dich überall zugleich; jeden einzelnen Quadratzentimeter deiner Oberfläche, gleich ob außen oder innen.

Du kannst mich spüren. Und ich spüre meine eigene Form, weil du in der Flüssigkeit bist.

Ich berühre dich durch und durch, überall und ganz und gar. Nehme dich allumfassend wahr. Und dann fange ich an, den Druck zu erhöhen. Ich verdichte mich noch um deine äußere Masse, aber in dir drin, in den Ohren, der Scheide und den Lungen, dort dehne ich mich aus. So funktioniert höherer Druck.

Ich bin jetzt sehr schweres Wasser.

ENDURBÆTT BYGGINGARVERKFRÆÐI
(eða: Orðin eru sín eigin laun)

Ég horfi á línurnar,
þær hlaðast hver
undir
aðra.

Hugsa um smið
sem byrjar á því að reisa efstu hæð blokkarninnar
og vinnur sig svo niður á við –
niður í kjallara.

VERBESSERTES BAUINGENIEURSWESEN

(oder: Die Wörter sind sich selber Lohn genug)

Ich schaue mir die Zeilen an,
wie sie sich übereinander stapeln, eine
unter
der anderen.

Denke an einen Zimmermann,
der mit dem Bau der obersten Etage
                                        des Hochhauses beginnt
und sich dann nach unten arbeitet –
hinunter in den Keller.

ÞAR TIL ÞÁ

Ég er ekkert dapur
því við höfum samþykkt að eiga stefnumót
í næsta lífi
(og ég hef hugsað mér að skilja kuflinn eftir í þessu).

„Má ég eiga það inni?“

Það er alveg sjálfsagt.
En passaðu að þú verðir örugglega með sömu
brjóstin, sama kviðinn, sömu dældina í bringunni,
sömu varirnar og með jafnlangt bil milli sömu
augnanna.

Í næsta lífi.
Þetta er á endanum bara tímaspursmál.

BIS DANN

Ich bin nicht traurig,
weil wir uns auf ein Rendezvous
im nächsten Leben geeinigt haben
(und ich habe mir vorgestellt,
          ich lasse die Kutte in diesem zurück).

„Werde ich es gut bei dir haben?"

Das versteht sich doch von selbst.
Doch pass auf, dass du genau dieselben
Brüste haben wirst, denselben Unterleib,
dasselbe Tal im Busen,
dieselben Lippen und den gleichgroßen
Abstand zwischen
denselben Augen.

Im nächsten Leben.
Schließlich ist es nur eine Frage der Zeit.

OBJET TROUVÉ #237

„Hingað sigldu farmskip með vistir, reglubundið frá 1903, þótt engin væri höfnin. Allt selflutt í land á smábátum, í næstum öld. Höfnin, hafnargarðurinn og smábátahöfnin voru ekki gerð fyrr en 1995. Þremur árum síðar, 1998, lögðust strandsiglingar af.“

OBJET TROUVÉ #237

„Seit 1903 segelten Frachtschiffe mit Proviant regelmäßig hierher, obwohl es keinen Hafen gab. Alles wurde nach und nach mit kleinen Booten an Land gebracht, beinahe ein ganzes Jahrhundert lang. Der Hafen, die Hafenmole und der Yachthafen sind erst 1995 gebaut worden. Drei Jahre später, 1998, wurde die Küstenschifffahrt eingestellt."

VIÐ FERÐUMST Í MJÓLK

(enn við lag eftir J. K.)

Við ferðumst í mjólk.
Og sjáum ekki til botns.

Og eðlismassi okkar er sá sami og mjólkurinnar:
Við hvorki fljótum upp né sökkvum til botns.
Erum hvorki létt né þung (þyngdarlaus).

Mjólk í eyrunum,
mjólk undir höndunum,
mjólk milli tánna –
mjólk er allt sem er.

Og ef við myndum opna augun (draga augnlokin frá)
þá væri mjólkin smyrsl á rispurnar á sjónhimnunni.

Og þá yrði okkur ljóst að útlitið er ekki svart
heldur hvítt.

Við ferðumst í mjólk.
Og sjáum ekki þungvopnaða englana
sem umkringja okkur.

WIR REISEN IN MILCH
(immer noch zum Lied von J. K.)

Wir reisen in Milch.
Und sehen den Boden nicht.

Und unsere Dichte ist dieselbe wie die der Milch:
Wir treiben weder auf noch sinken wir zu Boden.
Wir sind weder leicht noch schwer (schwerelos).

Milch in den Ohren,
Milch unter den Armen,
Milch zwischen den Zehen –
Milch ist alles was ist.

Und wenn wir die Augen öffnen würden
(die Augenlieder aufzögen)
dann wäre die Milch Balsam für die Risse
in der Netzhaut.

Und dann würde uns klar werden,
dass die Aussicht nicht schwarz ist,
sondern weiß.

Wir reisen in Milch.
Und sehen nicht die schwerbewaffneten Engel,
die uns umzingeln.

MEISTARAPRÓF

prófskírteini með sítrónuskrift
(neðanmálsgrein við T. T.)

Sárin verða varla grædd öll.
Þau eru of mörg.
Og þótt þau væru fá ...

Enginn mun segja: „Fyrirgefðu mér."
Eða: „Ég hafði rangt fyrir mér."
Og jafnvel þótt ...

Þú veist að í besta falli
verður eins og sársaukinn hafi ekki verið til.
Og vitneskjan um það er sársauki í sjálfu sér ...

En örvæntið ekki, það er til lausn:
Meistarapróf frá Háskóla gleymskunnar.

Lokaverkefnin unnin í kyrrþey
án þess að nokkur frétti af þeim.

Útskriftardagurinn líður
án þess að nokkur segi: „Til hamingju".

MAGISTEREXAMEN

Diplom in Zitronenschrift
(Fußnote zu T. T.)

Die Wunden werden kaum alle verheilen.
Es sind zu viele.
Und selbst wenn es weniger wären...

Keiner wird sagen: „Vergib mir."
Oder: „Ich habe mich geirrt."
Und sogar wenn....

Du weißt, im besten Fall wird es so sein,
als habe es den Schmerz nicht gegeben.
Und das Wissen darum ist der Schmerz an sich...

Aber verzweifele nicht, es gibt eine Lösung:
Ein Examen an der Universität des Vergessens.

Abschlussarbeiten entstehen in aller Stille,
ohne dass jemand davon erfährt.

Der Tag des Abschlusses vergeht,
ohne dass jemand sagt: „Gratulation".

Annar hver maður sem þú mætir
er með meistarapróf.

Og hefur ekki hugmynd um það.

Jeder zweite Mensch, den du triffst,
hat ein Magisterexamen.

Und weiß es nicht einmal.

EKKI Í STARFSLÝSINGUNNI
eða: *Yfirlýsing (með þjósti)*

Hversdagsleikinn var að hringja, hann er búinn að fá nóg af ljóðrænum inngripum skáldsins í tilvist sína. Hversdagsleikinn bað mig að koma þessum skilaboðum áleiðis til skáldsins. Ég skellti á. Ég er ekki nein helvítis senditík fyrir hversdagsleikann.

NICHT IN DER ARBEITSBESCHREIBUNG
oder: *Stellungnahme (mit Wut)*

Die Wirklichkeit hat angerufen, sie habe genug von den poetischen Eingriffen des Dichters in ihre Existenz. Die Wirklichkeit hat mich gebeten, dem Dichter diese Botschaft auszurichten. Ich habe aufgelegt. Ich mache mich verdammt noch mal doch nicht zum Laufburschen für die Wirklichkeit.

NOKKUR ORÐ UM TILFINNINGALEGA NÁND

Ég hef ekki efni á því að halda þessi sæljón til lengri tíma. Mér hefur verið það ljóst alveg frá upphafi, enda átti þetta að vera skammtímafjárfesting. Alveg síðan mér áskotnuðust þessi þrjú dýr hef ég því unnið skipulega að því að koma þeim í verð. Markaðurinn hér á landi fyrir sæljón virðist hins vegar mettaður, a.m.k. í bili. Þetta er því nokkur klemma sem ég hef ratað í.

Ég hef ekki í mér að vísa þeim bara út á guð og gaddinn, út í óvinveitt og framandi vistkerfi. Það væri einhvern veginn ekki rétt. En það breytir því ekki að ég hef ekki efni á því að halda þau til frambúðar hérna í kjallaranum. Það sem þau éta af sjávarfangi: 10–15 kíló á dag – hvert þeirra! Og svo þyrfti ég líka að fara að geta notað þvottahúsið mitt aftur sem þvottahús. Það hleðst upp óhreint tau á ganginum.

Ég hef hugleitt að selja ljónin sitt í hverju lagi en í sannleika sagst finnst mér óþarflega kaldranalegt að skilja þau þannig að, þótt ég sé ekki viss um að þau hafi þekkst áður en þau komust í mína eigu. Sama á við um þann möguleika að selja þau í sirkus á meginlandinu. Maður hefur heyrt svo margar

EINIGE WORTE ÜBER GEFÜHLSNÄHE

Ich kann es mir nicht leisten, diese Seelöwen für längere Zeit zu halten. Das war mir von Anfang an klar, und außerdem sollte es nur eine kurzfristige Investition sein. Von dem Augenblick an, da mir diese drei Tiere zuteil geworden sind, habe ich systematisch daran gearbeitet, sie zu verkaufen. Der Markt hierzulande scheint für Seelöwen allerdings gesättigt zu sein, vorerst zumindest. So gesehen bin ich in eine Art Dilemma geraten.

Ich bringe es einfach nicht über mich, sie am ausgestreckten Arm verhungern zu lassen, da draußen in einem feindlichen und fremden Ökosystem. Es wäre irgendwie nicht richtig. Das ändert aber nichts daran, dass ich es mir nicht leisten kann, sie auf Dauer hier im Keller zu halten. Allein, was sie an Fisch fressen: 10 – 15 Kilo pro Tag – jeder einzelne von ihnen! Und dann müsste ich auch langsam meine Waschküche mal wieder als Waschküche benutzen können. Auf dem Flur stapelt sich die schmutzige Wäsche.

Ich habe daran gedacht, die Löwen einzeln zu verkaufen, aber ehrlich gesagt, finde ich es unnötig

skelfilegar sögur af mannvonskunni á þannig stöðum. Auk þess sem útflutningur er snúinn vegna gjaldeyrishaftana.

Ég hef passað upp á það að bindast sæljónunum ekki tilfinningaböndum. Ég reyni að brosa ekki þegar þau byrja að gera einhverjar kúnstir fyrir mig þegar ég kem inn um þvottahúsdyrnar með dauðu fiskana í balanum. Eitt skipti voru þau búin að undirbúa samhæft stökk ofan af þurrkaranum, í annað skipti settu þau á svið einhvers konar knattleik með gömlum loftlausum fótbolta sem af einhverjum orsökum hafði endað í þvottahúsinu. Ég gef ekkert út á svona hundakúnstir. Það væri heldur ekkert sanngjarnt gagnvart þeim að hæna þau að mér því ég hef ekki efni á því að halda sæljón til lengri tíma. Þetta átti að vera skammtímafjárfesting.

grausam, sie auf diese Weise zu trennen, obwohl ich nicht sicher bin, ob sie sich kannten, bevor sie in meine Obhut gekommen sind. Das Gleiche gilt für die Möglichkeit, sie an einen Zirkus auf dem Festland zu verkaufen. Man hat so viele entsetzliche Geschichten über die Niederträchtigkeit an solchen Orten gehört. Davon abgesehen ist der Export wegen der Devisenbestimmungen kompliziert.

Ich habe aufgepasst, die Seelöwen nicht gefühlsmäßig an mich zu binden. Ich versuche, nicht zu lächeln, wenn sie anfangen, irgendwelche Kunststücke für mich aufzuführen, sobald ich mit den toten Fischen im Zuber durch die Tür der Waschküche komme. Einmal hatten sie einen koordinierten Sprung herab vom Trockner vorbereitet, ein andermal eine Art Ballspiel in Szene gesetzt mit einem alten platten Fußball, der aus irgendeinem Grund in der Waschküche gelandet war. Ich mache mir nichts aus solchen Mätzchen. Es wäre auch nicht fair ihnen gegenüber, sie an mich zu gewöhnen, da ich es mir nicht leisten kann, Seelöwen für längere Zeit zu halten. Es sollte nur eine kurzfristige Investition sein.

HVERNIG KOMAST SKAL UNDAN
(tilboð sem þú getur ekki hafnað)

Berðu fyrst eld
að bátnum fyrir framan þig

því næst að brúnni
að baki þér.

Að lokum skaltu brenna
kassann sem
þú stendur á.

Og nafni minn,
gleymdu síðan ekki
að svara eigin nafni
aldrei framar.

WIE ENTKOMMEN

(ein Angebot, das du nicht ablehnen kannst)

Lege erst Feuer
an das Boot, das vor dir liegt,

danach an die Brücke
hinter dir.

Zum Schluss verbrenne
die Kiste,
auf der du stehst.

Und, mein Namensvetter,
vergiss dann nicht,
nie wieder auf deinen eigenen
Namen zu hören.

FINGUR VENUSAR

Kjarni málsins er þessi: Það eru svo mörg ljóð
möguleg, en svo fá nauðsynleg.
Hin síðarnefndu eru teljandi á fingrum
annarrar handar Venusar frá Míló.

FINGER DER VENUS

Der Kern der Sache ist folgender:
Es sind so viele Gedichte möglich,
aber nur wenige sind notwendig.
Die zuletzt genannten lassen sich an den Fingern
einer Hand der Venus von Milo abzählen.

EIGINTÍÐNI

Allir hlutir hafa eigintíðni.
Ég held minni leyndri.

Falli upplýsingar um eigintíðni mína
í hendur rangra aðila er voðinn vís.

Eigintíðni mín ákvarðast af lögum minni, massa, stærð og innri spennu. Einfaldir hlutir (dæmi: kristallar) hafa eina eigintíðni. Flóknari hlutir (dæmi: reikistjarnan Plútó) geta haft fleiri en eina. Ég læt ekkert uppi um hvort ég er flókinn eða einfaldur hlutur. Það eru einfaldlega of viðkvæmar upplýsingar.

Allir hlutir hafa eigintíðni.
Ég held minni leyndri.

EIGENFREQUENZ

Alle Dinge haben eine Eigenfrequenz.
Meine halte ich geheim.

Sollten Informationen über meine Eigenfrequenz
in andere Hände geraten, droht Gefahr.

Meine Eigenfrequenz wird von meiner Gestalt,
Masse, Größe und inneren Spannung bestimmt.
Einfache Dinge (Beispiel: Kristalle) haben eine
Eigenfrequenz. Komplexere Dinge (Beispiel: der
Planet Pluto) können mehr als eine haben.
Ich werde mich nicht dazu äußern, ob ich ein
komplexes oder ein einfaches Ding bin. Es geht hier
einfach um zu sensible Informationen.

Alle Dinge haben eine Eigenfrequenz.
Meine halte ich geheim.

SÍÐASTI VETRARDAGUR

Sólin hvíldi í lófum okkar
og enginn stal mjólk.
Við gengum um, án skugga.

Í fjarska
nálgast hægt úr suðri
flókaský grátt,
rís upp af hvítri sléttu
eins og sinueldur á himnum.
Óumflýjanlegt auðvitað.

En um stund: Glissando.

DER LETZTE WINTERTAG

Die Sonne ruhte in unseren Händen
und niemand stahl Milch.
Wir gingen umher, ohne Schatten.

In der Ferne
nähert sich langsam von Süden
eine graue Regenwolke,
steigt auf von einer weißen Ebene
wie ein Lauffeuer am Himmel.
Unausweichlich natürlich.

Aber im Moment: Glissando.

SÁLMUR

eða: *Gamalt erlent ástarljóð*
við nýtt íslenskt lag

Mig langar að horfa í augun þín
og sjá bara þau
en ekki myndina af mér speglast í þeim.

Mig langar að horfa í augun þín
án þess að horfa á mig.

Mig langar að horfa í augun þín
og sjá bara þig
muna ekki eftir mér

og vera alveg sama um það
hver það er sem horfir.

EIN PSALM

oder: *Ein altes ausländisches Liebeslied*
zu einem neuen isländischen Song

Ich möchte dir in die Augen schauen
und nur allein sie sehen,
ohne dass sich das Bild von mir in ihnen spiegelt.

Ich möchte dir in die Augen schauen,
ohne mich selbst anzusehn.

Ich möchte dir in die Augen schauen
und allein dich sehen,
mich an mich selbst nicht mehr erinnern

und es für völlig einerlei halten,
wer das ist, der da schaut.

“
”
Úr nótubókinni, dagsetning: fyrir hundrað árum.

Viðfang textans er alltaf fjarvera
(það sem kemur ekki fyrir).
Ljóð eru um skuggann af efni sínu.

„ “

Aus dem Notizbuch, Datum: vor hundert Jahren.

Thema eines Textes ist immer Abwesenheit
(das, was nicht geschieht).
Gedichte handeln von den Schatten ihres Inhalts.

SÁPUKÚLA (Í YFIRBORÐINU)

„[...] Hitt er áhugaverðara: Hvorki það sem er undir yfirborðinu né það sem er yfir því, heldur einmitt það sem er inni í himnunni sjálfri. Ekki það sem er inni í sápukúlunni og sannarlega ekki heimurinn utan hennar heldur það sem er inni í yfirborði sápukúlunnar. Þar býr nokkuð ótrúlegt. Sem einmitt verður ekki lýst með því að líkja því saman við hluti sem eru inni í sápukúlum eða hluti sem eru utan við sápukúlur. Það besta verður ekki sagt. Næstbest er að segja það: Að það besta verði ekki sagt.“

SEIFENBLASE (IN DER OBERFLÄCHE)

„[...] Dies ist interessanter: Es geht weder darum, was unter der Oberfläche, noch was über ihr ist, sondern genau um das, was innen in der dünnen Hülle selber ist. Nicht um das, was in der Seifenblase drin ist, und wahrlich nicht um die Welt außerhalb von ihr, sondern um das, was drin ist in der Oberfläche der Seifenblase. Dort befindet sich etwas Unglaubliches. Etwas, das eben nicht beschrieben werden kann, indem man es mit Dingen vergleicht, die in der Seifenblase drin sind, oder mit Dingen, die sich außerhalb von Seifenblasen befinden. Das Beste wird aber nicht gesagt. Das Zweitbeste ist es zu sagen: Dass das Beste nicht gesagt wird."

LEITARMAÐUR

(Það er byrjað að birta)

Ég er hættur að leita.
Bægi hugsuninni frá mér.

Og held áfram
inn eftir draumnum.

EIN MANN, DER SUCHT

(Die Morgendämmerung bricht an)

Ich habe aufgehört zu suchen.
Treibe den Gedanken von mir weg.

Und gehe weiter
in den Traum hinein.

ANMERKUNGEN DER ÜBERSETZER
ATHUGASEMDIR ÞÝÐENDA

S. 051 ZUM SCHLUSS EIN ZARTES LIED FÜR (MEINEN FREUND J. K. UND) ALLE, DIE MIR LIEB SIND: J. K. ist eine Referenz an Jack Kerouac, amerikanischer Schriftsteller der Beat-Generation (1922 – 1969); Referenz an das Poem „Mexico City Blues", 228th Chorus.

S. 065 EIN FUSSEL: Lárus Pálsson (1914 – 1968) war ein bekannter isländischer Schauspieler,
Davíð Stefánsson (1895 – 1964), ein als führender Vertreter der isländischen Neuromantik nicht weniger bekannter Poet und Schriftsteller.
Beide sind mit ihrem jeweiligen Schaffen fest im kulturellen Bewusstsein des Landes verankert.

S. 083 WILDER PSALM: J. M. R. ist eine Referenz an Jalal ad-Din Muhammad Rumi, persischer Mystiker und Dichter (1207 – 1273).

S. 095 Für Angaben zu J. K. s. S. 051.

S. 097 MAGISTEREXAMEN: T. T. ist eine Referenz an Tomas Tranströmer, schwedischer Lyriker (1931 – 2015); Referenz an das Gedicht „Madrigal".

INHALTSVERZEICHNIS
EFNISYFIRLIT

DER AUTOR
HÖFUNDURINN

Ragnar Helgi Ólafsson, geb. 1971 in Reykjavík / Island, studierte an der Universität von Island Philosophie, Filmregie an der New York Film Academy und im Anschluss in Frankreich zunächst Französisch in Marseille und danach Kunst in Aix en Provence. Nach mehreren Kurzfilmen arbeitet er in den letzten Jahren vornehmlich als Grafikdesigner und bildender Künstler mit zahlreichen nationalen und internationalen Ausstellungen, zudem betreibt er den *Tunglið Forlag*, den *Mond Verlag*, in dem jährlich zwischen acht und zwölf Publikationen mit fiktiver Prosa und Lyrik erscheinen. 2013 veröffentlichte er in Island mit *Bréf frá Bútan / Briefe aus Buthan* einen ersten eigenen Roman sowie anschließend eine Sammlung mit Kurzgeschichten, 2015 folgte der erste Gedichtband *Til hughreystingar þeim sem finna sig ekki í samtíma* sínum */ Denen zum Trost, die sich in ihrer Gegenwart nicht finden können*, für den er mit dem Tómas-Guðmundsson-Poesie-Preis ausgezeichnet wurde, einem Preis, den die Stadt Reykjavík zum Andenken an den gleichnamigen bekannten isländischen Schriftsteller und Lyriker (1901 – 1983) alljährlich für herausragende Werke der isländischen Dichtkunst vergibt.

DIE ÜBERSETZER
ÞÝÐENDUR

Jón Thor Gíslason, geb. 1957 in Hafnarfjörður / Island, lebt seit Anfang der 90er Jahre als Bildender Künstler in Deutschland, derzeit in Düsseldorf; bis 1988 professioneller Popmusiker in Island, danach Aufbaustudium (Meisterklasse) an der Staatlichen Akademie der Bildenden Künste, Stuttgart; im Anschluss mehrjährige Atelier- und Arbeitsstipendien in Stuttgart, Cuxhaven und Düsseldorf, seit 1991 zahlreiche Einzelausstellungen und Ausstellungsteilnahmen im In- und Ausland, u. a. in Museen, Galerien und internationalen Kunstmessen; zeitweise Korrespondent in Deutschland (Kunst und Kultur) für die isländische Tageszeitung *Morgunblaðið*; 2001 Kunststipendium des Isländischen Staates. Veröffentlichungen: Erzählungen in Kulturbeilagen der Tageszeitung *Morgunblaðið* sowie diverse Übersetzungen isländischer Lyrik in Zusammenarbeit mit Wolfgang Schiffer.

Wolfgang Schiffer, geb. 1946 in Nettetal-Lobberich, lebt in Köln; studierte Philosophie, Literatur- und Theaterwissenschaften in Köln; ehemaliger Leiter der Programmgruppe Hörspiel und Feature im WDR; Schriftsteller, Übersetzer und Herausgeber. Veröffentlichungen: neben eigenen Hörspiel-, Theater-, Prosa- und Lyrikpublikationen mehrere Mitherausgaben von Anthologien zeitgenössischer isländischer Literatur sowie Herausgaben und Mitübersetzungen von Auswahlbänden einzelner isländischer Lyriker (z.B. Stefán Hörður Grímsson, Snorri Hjartarson, Jón úr Vör); mehrere Preise und Auszeichnungen, u. a. 1991 Ritterkreuz des Isländischen Falkenordens und 1994 Isländischer Kulturpreis für seine Verdienste um die Vermittlung isländischer Literatur und Kultur.

Die Übersetzer danken dem Autor Ragnar Helgi Ólafsson und seinen Freund*innen Dorothee Kirch und Ragnar Kjartansson für die freundliche Durchsicht ihrer Übertragung.

NOTIZEN
MINNISPUNKTAR

„Ich lag neben dir
und sah dich schlafen. Dann
schloss ich die Augen, sah
dich jedoch noch durch die
Augenlider. Deine Augen
waren geöffnet."

ART DE PENSER.
JUGEMENT.
RAISONNEMENT.
SCIENCE DES IDÉES.
SCIENCE DES PROPOSITIONS.
INDUCTION.
MER.
LAPIDAIRE.
MIXTES.
GEOMETRIQUE.
CHRONOLOGIE.
GNOMONIQUE.
OPTIQUE,
ARCHIT. NAVALE.
TRAGEDIE.
COMEDIE.
PASTORALES.
body
to the rig
tracts, sque
to the ventric
three little triang
flaps permit the
it from
fully deve